Written by Sagar Jaiprakash

REVISIT YOUR "SELF"

RETHINK TO THINK WISE

ನಿಮ್ಮ ಮರುಭೇಟಿ

ಉತ್ತಮ ಆಲೋಚನೆಗೆ ಪರ್ಯಾಲೋಚನೆ

Moving inward to understand the Self
is an alignment for better Self

Journey of a universal protector to explore
the path of Serve to Deserve
-ABHIRAKSH ANVESHAN

Abhiraksh a social enterprise is based
on a wider platform called
SERVE to DESERVE

Abhiraksh enables individuals to explore and equip themselves with tools like Knowledge, Skill, Health, Self-reliance, and Divinity.

to give a feed to your
curiosity of who is
ABHIRAKSH ANVESHAN
Log on to : **www.abhiraksh.org**

Why Read ?

Amidst various odds and evens we confront in our day to day activities of ours we shall have to revisit ourselves i.e., our inner self that is titled as "Your Self" makes our life purposeful and meaningful.

Purpose and meaning are the attributes of having clarity in life . Sliding through the lines of Revisit Your Self , try to put yourself in the subject matter of every line/phrase you glide down.
That gives you the meaning and purpose of your life and living.

Objectives to be set after reading

" Purpose of life is to lead a life with purpose"

Utility of aforesaid objective :

"World sets aside for a person who knows where he is headed to"

-Mahatma Gandhi

How to read ?

- Read - Reread until you discover yourself or your life in the meaning of the words and lines you read.
- Try to put forth your own life experiences for every line you read wherever possible.
- Understand yourself or your life or your perspective towards your life through the words/phrases/lines that you read.

Author's call:

Being an author of this literary compilation wish to share a principle that I follow religiously:

"Practice before you preach"

Every line compiled and written in the compilation is a product of self-experience or exposures to different experiences felt. Thus, I claim the authenticity of every line quoted by virtue of self-experiences.

Inspiration for the literary piece?

Since childhood, I have been hearing or seeing through the experiences and hardships of my parents. That gave me a bent of mind with the grace of Baba's blessing to see my life and the world through the vision of "lead a life that is actual not virtual" My mother Smt. Nagarathna Jaiprakash and My father Shri K. Jaiprakash are the two souls who inspired me to scribble my experiences compiled as :
Revisit Yourself - Rethink to Think Wise.

Compilation dedicated to ?

Archana G. Canamedi, My life partner ahead triggered my thoughts of ten. Her actions, which are routine in nature, push me to be more and more rational each moment.
This compilation would be dedicated to her hereby as these lines would make her understand the alignment of true living ahead which in turn help me to comply with the principle of : "Practice before you preach"

-Sagar Jaiprakash

REVISIT YOUR "SELF"

RETHINK TO THINK WISE

ನಿಮ್ಮ ಮರುಭೇಟಿ

ಉತ್ತಮ ಆಲೋಚನೆಗೆ ಪರ್ಯಾಲೋಚನೆ

Written by

SAGAR JAIPRAKASH

When we believe, telling truth is wise

- Sathya becomes Dharma

When we believe, being non violent is wise

- Ahimsa becomes Dharma

Dharma - A belief System

ನಂಬಿಕೆ ಧೃಡವಾದಾಗ

ನಂಬಿಕೆಯ ಅಂಶಗಳು - ಧರ್ಮದ ಆಯಾಮಗಳಾಗುತ್ತವೆ

ಸತ್ಯ ನುಡಿಯುವುದರಲ್ಲಿ ನಂಬಿಕೆ ಇಟ್ಟರೆ

- ಅದು ಸತ್ಯ ಧರ್ಮ

ಹಿಂಸಿಸುವುದು ತಪ್ಪು ಎಂದು ನಂಬಿಕೆ ಇಟ್ಟರೆ

- ಅಹಿಂಸೆ ಧರ್ಮವಾಗುತ್ತದ

Respect personality of a person
more than his persona
Your interactions is with his personality
but not his persona
Person is always a reflection of his
PERSONALITY

ವ್ಯಕ್ತಿಗಿಂತ ವ್ಯಕ್ತಿತ್ವವನ್ನು ಗೌರವಿಸಿ
ನಿಮ್ಮ ಒಡನಾಟ ವ್ಯಕ್ತಿಯ ವ್ಯಕ್ತಿತ್ವದ
ಜೊತೆ ಹೊರತು ವ್ಯಕ್ತಿಯ ಜೊತೆಗಲ್ಲ
ವ್ಯಕ್ತಿತ್ವ ವ್ಯಕ್ತಿಯ ಸ್ವರೂಪ

Satisfaction is not what
we get after success
Satisfaction is itself a **Success**

ದುಡಿಮೆಯ ನಂತರ ನೆಮ್ಮದಿ
ಹುಡುಕುವುದು ಅತಂತ್ರ
ದುಡಿಮೆಯಲ್ಲಿ ನೆಮ್ಮದಿ ಕಾಣುವುದು
ಸೂಕ್ತವಾದ ಮಂತ್ರ

Decisions

go right when discussions are processed

Discussions

remain intact when clarity

over the issue is possessed

ಸಮಾಲೋಚನೆಯಿಂದ ಹಾದು ಬರುವ

ನಿರ್ಧಾರಗಳು ಸಮಯೋಚಿತವಾಗಿರುತ್ತದೆ

ಸಮಯೋಚಿತ ನಿರ್ಧಾರಗಳಲ್ಲಿ

ಸ್ಪಷ್ಟತೆಯ ಭಾವನೆ ಹೆಚ್ಚಾಗಿರುತ್ತದೆ

When our actions comply
with the words we utter
it's a start point of gaining
TRUST

ನುಡಿ ಹಾಗೂ ನಡೆ
ಸಮದೂಗಿದಾಗ ಮಾತ್ರ
ನಂಬಿಕೆ
ಎಂಬ ಅರ್ಹತೆಯ ಗಳಿಕೆ
ಸಾಕ್ಷೀಕರಸಬಹುದು

Precision is the function of
practice assuring Quality
Quality is an ingredient for
Sustainability

ನಿಖರತೆ ನಿರಂತರ ಅಭ್ಯಾಸದ ಭತ್ಯೆ
ಗುಣಮಟ್ಟದ ಸಂರಕ್ಷಣೆಗೆ ಇದೆ
ನಿಖರತೆಯ ಅವಶ್ಯಕತೆ
ಸುಸ್ಥಿರತೆ ಗುಣಮಟ್ಟದ ಬದ್ಧತೆ

Sufficiency shall not be the
function of Efficiency
Efficiency is a factor of
currency called
SKILL

ಸಮರ್ಪಕತೆಯ ಮೇಲೆ
ಅವಲಂಬಿತವಲ್ಲ ದಕ್ಷತೆ
ದಕ್ಷತೆಯ ಖನಿಜ ಕೌಶಲ್ಯತೆ

Dimensions of our limitations
Are the invitations for the
growth registration

ನಮ್ಮ ಮಿತಿಗಳ ಆಯಾಮಗಳು
ಬೆಳವಣಿಗೆಗೆ ಸೂಕ್ತ ಸೂಚ್ಯಂಕಗಳು

Money is a factor which induces
blindness
Skill and Knowledge are the
assets that unblinds the path
towards
SUCCESS

ಹಣ ಅಂಧಕಾರದ ಪ್ರತೀಕ
ಕೌಶಲ್ಯ ಹಾಗೂ ಜ್ಞಾನ ಸಾಧನೆ
ಹಾದಿಯ ಸಂಸ್ಕಾರಗಳು

Expectations ends when you get

SATISFACTION

Satisfaction is a footing for new

Elevation

ಬಯಕೆಗಳಿಗೆ ತೃಪ್ತಿಯೇ ಅಂತ್ಯ

ತೃಪ್ತಿ ಮನುಕುಲದ ಏಳಿಗೆಯ ಸತ್ಯ

Align your efforts for right cause
The cause shall be the function
of **Humanity** at large

ಒಳ್ಳೆಯ ಉದ್ದೇಶದೆಡೆಗಿರಲಿ ನಮ್ಮ ಶ್ರಮ
ಮಾನವೀಯತೆಯ ಕ್ರಿಯೆಯಾಗಲಿ ಆ
ಉದ್ದೇಶ

We should never forget our roots
which stabilized our current
PRESENCE
As the essence of those roots are
immense for future
SUSTENANCE

ಬಲಗೊಳಿಸಿದ ಬೇರುಗಳ ಮರೆತರೆ
ಮುಂಬರುವ ಫಲಗಳ ಸ್ವಾಧ ಕಹಿ
ಮನದಲ್ಲಿ ದೃಢಗೊಳಿಸಿದ ಬೇರುಗಳ
ನಮಿಸಿದಲ್ಲಿ
ಬೆಳೆವೆವು ನಾವು ಇನ್ನು ಎತ್ತರ

When you hit on the **self respect**

of a person

You can uncover your unworthy

ಮನುಷ್ಯನ ಸ್ವಾಭಿಮಾನವನ್ನು ಕೆಣಕಿದಾಗ

ಅವನ ನೈಜ ಶಕ್ತಿ ಪ್ರಕಾಶಿಸಲು

ಆರಂಭಿಸುತ್ತದೆ

Our personality should be the
reflection of our
SPEECH
Humanity should be the religion
which we
PREACH

ನಮ್ಮ ವ್ಯಕ್ತಿತ್ವ ನಮ್ಮ ನುಡಿಯ
ಪ್ರತಿಬಿಂಬವಾಗಿರಬೇಕು
ಮಾನವೀಯತೆ ನಾವು ಆಚರಿಸುವ
ಧರ್ಮವಾಗಿರಬೇಕು

Knowing your capabilities

is the basis for your

SUSTAINABILITY

ನಮ್ಮ ಸಾಮರ್ಥ್ಯದ ಮಾಪನ

ನಮ್ಮ ಸ್ಥಿರತೆಯ ಲಾಂಛನ

Knowledge has no feature of

Loss or Gain

Money has a feature of

Rich and Poor

ಲಾಭ ನಷ್ಟ ಅಂಶ ತಾಕದು ಜ್ಞಾನಕ್ಕೆ
ಬಡತನ ಸಿರಿತನ ಹಣದ ಗೆಳತನ

Know your reach before you

PREACH

What we preach should be in our

LIFE STITCH

ನಮ್ಮ ಭೋದನೆ ನಮ್ಮ ತಲುಪುವಿಕೆಯ
ಆಧಾರವಾಗಿರಬೇಕು
ಭೋದನೆಯ ಅಂಶ ನಮ್ಮ ಜೀವನದ
ಹೊಲಿಗೆಯ ನೂಲಾಗಿರಬೇಕು

Stop complaining and Start
Complementing
Complaints are not just compliances
Complements just don't bring
COMPLETENESS

ದೂರುಗಳ ನಿಲ್ಲಿಸಿದಾಗ ಪೂರಕಗಳು
ಮೂಡುವುವು
ದೂರುಗಳು ಅನುಸರಣೆಯ ಭಾಗವಷ್ಟೇ
ಪೂರಕಗಳು ಸಂಪೂರ್ಣತೆಯ
ಅಂಶವಷ್ಟೇ

We may fail in our venture but
let's look forward for the
lessons in our **failures** to bounce
back with new ones

ತಪ್ಪು ಹೆಜ್ಜೆಗಳು ಕಲಿಸುವ ಪಾಠ
ಸೋಲನ್ನು ಸ್ವೀಕರಿಸಿ ಮುಂದೆ ಸಾಗುಲು
ಹೊಸ ಹಾದಿಯನ್ನು ನಿರ್ಮಿಸುವ ವ್ಯಕ್ತಿತ್ವ
ಅದುವೇ ನಮ್ಮ **ಅಸ್ತಿತ್ವ**

Accept the mistake to get a

solution

Rectify the mistake to gain the

confidence

Do not repeat the mistakes to find

satisfaction

ತಪ್ಪನ್ನು ಒಪ್ಪಿಕೊಳ್ಳುವುದು ಪರಿಹಾರಕ್ಕೆ

ದಾರಿ

ತಪ್ಪನ್ನು ತಿದ್ದಿಕೊಳ್ಳುವುದು ಆತ್ಮವಿಶ್ವಾಸದ

ಹಾದಿ

ತಪ್ಪನ್ನು ಪುನಃ ಮಾಡದಿರುವುದು

ಮನಃತೃಪ್ತಿಗೆ ಬುನಾದಿ

Dependency brings inconsistency
and scope for misuse of
INTIMACY
Independent thought process
with collected opinions brings
ACCURACY

ಅವಲಂಬಿತ ಮನೋಭಾವನೆ ಅಸಂಗತ
ಆತ್ಮೀಯತೆಯನ್ನು ಪೋಷಿಸುತ್ತದೆ
ಸ್ವತಂತ್ರ ಆಲೋಚನೆ ಹಾಗೂ ಅಭಿಪ್ರಾಯ
ಆಧಾರಿತ ಸಮಾಲೋಚನೆ ನಿಖರತೆಯ
ಲಾಲನೆ

Hard work pays for the efforts we
pour in
Karma repays back for all the
deeds - Good and Bad
It just - A matter of **TIME**

ಶ್ರಮಿಕೆಯ ಜೀವನಕ್ಕೆ ಇದೆ ಗೆಲುವು
ಕರ್ಮ ನೀಡುವುದು ಫಲ -
ನಮ್ಮ ಒಳ್ಳೆಯತನಕ್ಕೂ ಹಾಗು
ನಮ್ಮ ನಕಾರಾತ್ಮಕ ಭಾವನೆಗಳಿಗೂ
ಶ್ರಮ ಹಾಗು ಕರ್ಮದ ಫಲಗಳಿಗೆ
ಸಮಯ ಒಂದೇ ಉತ್ತರ

Recognition is an outcome of an
Individual's contribution which is
consistent and eminent making
our life

POTENT

ಗುರಿತಿಸುವಿಕೆ ನಿರಂತರ ಹಾಗು
ಶ್ರೇಷ್ಠ ಕೊಡುಗೆಯ ಫಲ
ತುಂಬುವುದು ಆತ್ಮಕ್ಕೆ ಛಲ ಮನಸಿಗೆ ಬಲ

Success is not a relative term
which gets its meaning from
comparisons
Success is a unique positioning
our **personality** which gets a
meaning to our own lives

ಸಾಧನೆ ಹೋಲಿಕೆಯ ಪದವಲ್ಲ
ವ್ಯಕ್ತಿಯ ವ್ಯಕ್ತಿತ್ವ ಆಧಾರಿತ
ಬೆಳವಣಿಗೆಯನ್ನು ಗುರುತಿಸುವ
ಅನನ್ಯವಾದ ಅಂಶ ಸಾಧನೆ

Feelings never emerge
They evolve based on the
proteins we pour
If they emerge it's definitely
artificial in nature

ಕೃತಕ ಭಾವನೆಗಳು ಗೋಚರಗೊಳ್ಳುತ್ತವೆ
ನೈಜ ಭಾವನೆಗಳು ವಿಕಸನಗೊಳ್ಳುತ್ತವೆ
ಭಾವನೆಗಳ ವಿಕಸನ
ಮೂಡಿಸುವುದು ವಿವೇಚನಾ

Keep your objectives within in your inner

SIGHT

And your intentions always right

The path of life cycle appears

BRIGHT

Genuineness should always be the point of

FIGHT

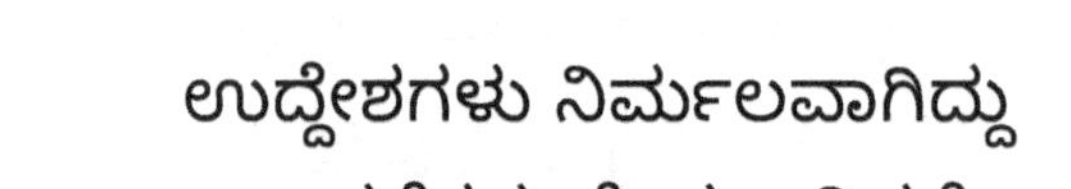

ಉದ್ದೇಶಗಳು ನಿರ್ಮಲವಾಗಿದ್ದು

ಭಾವನೆಗಳು ಶ್ರೇಷ್ಠವಾಗಿದ್ದರೆ

ಬದುಕಿನ ಹಾದಿ ಪ್ರಜ್ವಲಿಸುತ್ತದೆ

Sacredness of our heart is the basic design
for our Success - **The Life's Art**

ನಿಷ್ಕಲ್ಮಶ ಹೃದಯ ಸದ್ಭಾವನೆಗಳ
ಆಶ್ರಯ
ಜೀವನ ಸಾರ್ಥಕತೆಯ
ನಿರ್ಣಯ

Being protective to Children makes them

RESTRICTIVE

Being supportive to Children makes them

INNOVATIVE

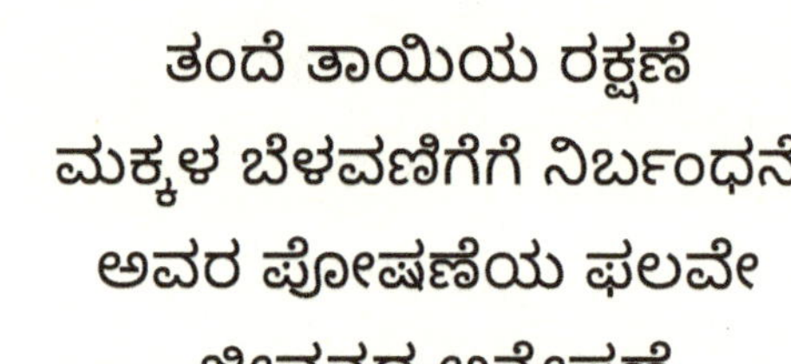

ತಂದೆ ತಾಯಿಯ ರಕ್ಷಣೆ
ಮಕ್ಕಳ ಬೆಳವಣಿಗೆಗೆ ನಿರ್ಬಂಧನೆ
ಅವರ ಪ್ರೋಷಣೆಯ ಫಲವೇ
ಜೀವನದ ಅನ್ವೇಷಣೆ

Slow growth would be a

STABLE GROWTH

Hurried growth would be of

FEEBLE STRENGTH

ನಿಧಾನಿಸಿದ ಬೆಳವಣಿಗೆ ಪ್ರಧಾನತೆಯನ್ನು
ಗಳಿಸುತ್ತದೆ
ತ್ವರಿತ ಬೆಳವಣಿಗೆ ಕ್ಷಣಿಕತೆಯನ್ನು
ಬಿಂಬಿಸುತ್ತದೆ

KARMA

is an investment that yields 100%

Return on Investment

ಹೂಡಿಕೆಯ ಮೇಲಿನ ಪ್ರತಿಫಲ ಶೇ.100

ರಷ್ಟು ಗಳಿಸುವುದು ಕರ್ಮದ

ಹೂಡಿಕೆಯಲ್ಲಿ ಮಾತ್ರ

Compete for your

aspirations

which should match

your competencies

ನಿಮ್ಮ ಆಕಾಂಕ್ಷೆಗಳ ಗಳಿಕಾ ಸ್ಪರ್ಧೆ
ನಿಮ್ಮ ಸಾಮರ್ಥ್ಯಗಳಿಗೆ ಸಮದೂಗಬೇಕು

Success gets restricted when you are dependent on other's expertise
Choose your domain of expertise to harvest your satisfaction

SUCCESS

gets into Auto Mode

ಬೇರೊಬ್ಬರ ಪರಿಣಿತಿ ಆಧಾರಿತ ಸಾಧನೆ
ಕ್ಷಣಿಕ
ನಮ್ಮ ಆಸಕ್ತಿ ಆಧಾರಿತ ಚಾಲನೆ
ಸಂತೃಪ್ತಿಯ ಸ್ಪಟಿಕ -
ಸಾಧನೆ ಅದರ ಪ್ರತೀಕ

Intensity of Growth is an exaggerated version of Success

Consistency in Growth is the realistic version of Success

ಬೆಳವಣಿಗೆಯ ತೀವ್ರತೆ ಸಾಧನೆಯ
ಉತ್ಪ್ರೇಕ್ಷಿತ ನೋಟ
ಬೆಳವಣಿಗೆಯ ಸ್ಥಿರತೆ ಸಾಧನೆಯ
ವಾಸ್ತವಿಕ ಪರಿನೋಟ

ECONOMICS

The art of House Management

One who manages the house well can manage the society well

Individual makes Society and Society makes State

Dream is the

CREAM

of Thoughts

Feel is the

THEME

of Thoughts

ಕನಸುಗಳು ಆಲೋಚನೆಗಳ ಕೆನೆ

ಭಾವನೆಗಳು ತುಂಬುವುದು

ಆಲೋಚನೆಗಳಿಗೆ ಬೆಲೆ

Right intentions lead to

RIGHT DESTINATIONS

Right approach towards life give us

RIGHT INVITATIONS

Right aspirations provide us

RIGHT PROMOTIONS

ಉದ್ದೇಶಗಳು ಸರಿ ಇದ್ದರೆ ತಲುಪುವ
ಸನ್ನಿಧಿ ಸರಿ ಇರುತ್ತದೆ
ಬಯಕೆಗಳು ಮಿಳಿತವಾಗಿದ್ದರೆ ಬೆಳವಣಿಗೆ
ಹಿತಕರವಾಗಿರುತ್ತದೆ
ಆಲೋಚನೆಗಳು ದೃಢವಾಗಿದ್ದರೆ ನಡತೆ
ಭದ್ರವಾಗಿರುತ್ತದೆ

Depth of our gratitude
decides the altitude of our Success
Amplitude of our
SATISFACTION

ಕೃತಘ್ನ ಭಾವದ ಆಳ
ನಮ್ಮ ಯಶಸ್ಸಿನ ಎತ್ತರದ ಆಧಾರ
ಬದುಕಿನ ಸಾರ್ಥಕತೆಯ ಆಗರ

Converting our Words to Actions

Is an investment for

GROWTH AND DEVELOPMENT

Growing through words is a Virtual growth

Growing through Actions is Growth in reality

ಆಡುವ ಮಾತುಗಳು

ಕಾರ್ಯಗತಗೊಂಡರೆ ನಮ್ಮ ಬೆಳವಣಿಗೆಗೆ

ಅದುವೇ ಬಂಡವಾಳ

ಬೆಳವಣಿಗೆಯನ್ನು ಮಾತಿನಲ್ಲಿ

ನೋಂದಾಯಿಸುವುದು ಬೇಡ

ನಮ್ಮ ಕಾರ್ಯಗಳಲ್ಲಿ ಸೂಚಿಸೋಣ

Personality of a person
shines bright when it gets
stroked by
Humiliations and Harassments

ವ್ಯಕ್ತಿಯ ವ್ಯಕ್ತಿತ್ವದ ಹೊಳಪನ್ನು
ಹೆಚ್ಚಿಸುವ ಶಕ್ತಿ ಇರುವುದು
ಅಪಮಾನಗಳಿಗೆ, ಅವಮಾನಗಳಿಗೆ

SILENCE

It's not an expression of
dissatisfaction alone
It's a state of understanding the battlefield
before getting on to the battlefield

ಮೌನ ಅಸಮಾಧಾನದ
ಸಂಕೇತ ಮಾತ್ರವಲ್ಲ
ತಳಪಾಯ ಭದ್ರಗೊಳಿಸುವ
ಅಭಿವ್ಯಕ್ತಿಯು ಹೌದು

LIFE

should not be an Inevitable Journey
It should be a meaningful path
towards satisfaction

ಬದುಕು ಅನಿವಾರ್ಯತೆಯ
ಪಯಣವಾಗಬಾರದು
ಅರ್ಥಗರ್ಭಿತವಾದ ಸಂದೇಶವಾಗಿರಬೇಕು

Enriching our personality traits
is the **best investment** that
pays its dividends in the
widest possible ways

ನಮ್ಮ ವ್ಯಕ್ತಿತ್ವ ನಮ್ಮ ಅಸ್ಥಿತ್ವ
ನಮ್ಮ ಶ್ರಮ ನಮ್ಮ ದುಡಿಮೆಯ ಧರ್ಮ

Critics strengthens your

COURAGE

Satisfaction is the end point of

SUCCESS

But We need Courage to be a

SATISFIED SOUL

ನಿಂದನೆ ನಮ್ಮ ಆತ್ಮಸ್ಥೈರ್ಯವನ್ನು

ಬಲಗೊಳಿಸುತ್ತದೆ

ತೃಪ್ತಿ ಸಾಧನೆಯ ಕೊನೆಯ ಮೈಲಿಗಲ್ಲು

ತೃಪ್ತಿಯ ಭಾವ ಗಳಿಸಲು ಆತ್ಮಸ್ಥೈರ್ಯದ

ಅಭಾವ ಇರಕೂಡದು

Promoting Thoughts which boosts
our energy supplements our growth
Contemplating on Thoughts which
paralyze our energy make us unworthy

ಶಕ್ತಿ ತುಂಬುವ ಆಲೋಚನೆಗಳು
ನಮ್ಮ ಬೆಳವಣಿಗೆಗೆ ಪೂರಕ
ಶಕ್ತಿ ವ್ಯಯ ಮಾಡುವ ಆಲೋಚನೆಗಳು
ನಮ್ಮ ಸೋಲಿಗೆ ಸ್ಮಾರಕ

Education is a torch that assists
the traveler to reach the desired
destination by plugging
in the capacity to make a
RIGHT CHOICE

ಬದುಕಿನ ಪಯಣದಲ್ಲಿ ಜ್ಞಾನದ
ಬೆಳಕು ಚೆಲ್ಲುತಾ
ಸೂಕ್ತ ಆಯ್ಕೆಯಾ ಮಾಡಲು
ಶಕ್ತಿ ತುಂಬುತಾ
ಜೀವನ ಎಂಬ ಪ್ರಯಾಣದ ಆಯಾಸ
ನೀಗಿಸುವ ದೀಪ ಶಿಕ್ಷಣ

Richness is not the prerequisite
for an act of giving or sharing
But a **rich heart** is definitely
a essential criteria for the same

ಧಾನವಿಲ್ಲದ ಮನೆ ದೊಡ್ಡದಿದ್ದರೇನು?
ಧಾನ ಮಾಡಲು ದೊಡ್ಡ ಮನೆಯು ಬೇಡ
ದಟ್ಟವಾದ ಸಂಪತ್ತು ಬೇಡ
ದೊಡ್ಡ ಮನಸಿನ ಜೊತೆ
ವಿಶಾಲ ಭಾವನೆ ಬೆಸೆದರೆ
ಧಾನ ನಮ್ಮ ಮನೋಭಾವನೆಯನ್ನು
ಪರಿವರ್ತಿಸುತ್ತದೆ
ನಿಮ್ಮ ಗಮನಕ್ಕೆ: ಧಾನ ಮಾಡಿದ ಮನೆ
ಜನರ ಕಣ್ಣಲ್ಲಿ ದೊಡ್ಡಮನೆಯಾಗುತ್ತದೆ

Respecting your feelings is a way to

SATISFY YOUR OWN SOUL

Respecting that of others is a way to

AMPLIFY THE PRESENCE OF YOUR SOUL

ನಮ್ಮ ಭಾವನೆಗಳಿಗೆ ತೋರುವ ಗೌರವ
ನಮ್ಮ ಆತ್ಮದ ತೃಪ್ತಿ
ಪರರ ಭಾವನೆಗಳಿಗೆ ತೋರುವ ಗೌರವ
ನಮ್ಮ ಆತ್ಮವಿರುವುದಕ್ಕೆ ಸಾಕ್ಷಿ

Language is a medium for the flow of

THOUGHTS AND IDEAS

ವಿಚಾರಗಳು ಹಾಗೂ ಅಭಿಪ್ರಾಯಗಳು
ಸಂಚರಿಸುವ ಮಾಧ್ಯಮ ಭಾಷೆ

Relentless learning

has no feature of ending

It's just

REVIVING

ನಿರ್ದಯ ಕಲಿಕೆಗೆ

ಪ್ರಾರಂಭವು ಇಲ್ಲ ಅಂತ್ಯವು ಇಲ್ಲ

ಪುನರ್ಜೀವಿಸುವ ಅಸ್ತ್ರವದು ಸರಿಯೇ

Understanding our mistakes
Is the largest stake
To be possessed and owned
By us in the **process of learning**

ತಪ್ಪುಗಳನ್ನು ಅರ್ಥೈಸಿಕೊಳ್ಳುವುದು
ನಮ್ಮ ಬದುಕಿನ ಕಲಿಕೆಯ ಹಾದಿಯಲ್ಲಿ
ನಾವು ಹೊಂದಬೇಕಾದ ಬಹು
ಮುಖ್ಯ ಪಾಲುದಾರಿಕೆ

The loyalty of a dog provides
security to the house
A controlled tongue secures the
respect of the family

ನಿಯತ್ತಿಗೆ ಬದ್ಧವಾದ ನಾಯಿಯು
ಮನೆಯನ್ನು ಕಾಯುತ್ತದೆ
ನಿಯಂತ್ರಿತ ನಾಲಿಗೆಯೂ
ಮನೆತನವ ಕಾಯುತ್ತದೆ

HUNGER

brings hands together

HONESTY

brings hearts together

HUMBLENESS

brings souls together

ಹಸಿವು ಶ್ರಮದ ಕೈಗಳ ಜೊತೆ ಮಾಡಿತು
ಪ್ರಾಮಾಣಿಕತೆ ಹೃದಯಗಳ ಸೇರಿಸಿತು
ವಿನಮ್ರತೆ ಆತ್ಮಗಳ ಒಗ್ಗೂಡಿಸಿತು

Experiences are the sign boards
Of a journey called
LIFE
Achievements are its milestones
Sign boards provide us the safety
Milestones provide us the clarity

ಅನುಭವಗಳು ಬದುಕಿನ ಹಾದಿಯ
ಸೂಚಕಗಳು
ಸಾಧನೆಗಳು ಆ ಹಾದಿಯ
ಮೈಲಿಗಲ್ಲುಗಳು
ರಕ್ಷಣೆಗೆ ಸೂಚಕಗಳು
ಪರಿವೀಕ್ಷಣೆಗೆ ಮೈಲಿಗಲ್ಲುಗಳು

Simple living is a way of life
Always celebrated by people who know the
PURPOSE OF LIFE

ಸರಳ ಜೀವನ ಒಂದು ಬದುಕುವ ಶೈಲಿ
ಬದುಕಿನ ಉದ್ದೇಶ ತಿಳಿದವರು ಬದುಕನ್ನು
ಆಚರಿಸುವ ರೀತಿ - **ಸರಳತೆ**

Doing things which we do not like
is an **act of controlling** our mind's hike
By arresting our expectation's spike

ಇಷ್ಟವಿಲ್ಲದ ಕಾರ್ಯಗಳಲ್ಲಿ
ತೊಡಗಿಸಿಕೊಂಡಾಗ
ಆಲೋಚನೆಗಳ ನಿಯಂತ್ರಣ
ಭರಿಸಬಹುದು
ಅತಿ ಆಸೆಯ ಭಾವ
ಕಡಿತಗೊಳಿಸಬಹುದು

Think beyond **confusions**
Act beyond **compulsions**
To set aside **complications**

ದ್ವಂದ್ವಗಳ ದಾಟಿ ಯೋಚಿಸು
ಒತ್ತಾಯಗಳ ಮೀರಿ ಶ್ರಮಿಸು
ತೊಡಕುಗಳ ಭೇದಿಸಿ ಜೀವಿಸು

Situations should not influence our

CHARACTER

Our choice should mould our character

ನಮ್ಮ ನಡತೆ ಹಾಗೂ ವ್ಯಕ್ತಿತ್ವ
ನಮ್ಮ ಆಯ್ಕೆಗಳ ಆಧಾರಿತವಾಗಬೇಕು
ಸಾಂದರ್ಭಿತ
ಅನುಸರಣೆಯಾಗಬಾರದವು

VALUES

should not be driven by words

But by our actions and emotions

VALUES

should just not be uttered But felt

and kept Always up

ಮಾತಿನಲ್ಲಿ ಮೌಲ್ಯಗಳು ಇರುವುದಕ್ಕಿಂತ

ನಮ್ಮ ಕಾರ್ಯಗಳಲ್ಲಿ ಹಾಗೂ

ಭಾವನೆಗಳಲ್ಲಿ

ಇರುವುದು ಲೇಸು

ಮೌಲ್ಯಗಳ ಬಗ್ಗೆ ಮಾತನಾಡುವುದಕ್ಕಿಂತ

ಅವುಗಳನ್ನು ಅಳವಡಿಸಿಕೊಳ್ಳಬೇಕು

ಹಾಗೂ ಸಂರಕ್ಷಿಸಬೇಕು

When our intentions are

RIGHT

Our contentions appear

BRIGHT

Our inclination becomes

STRAIGHT

ನಮ್ಮ ಉದ್ದೇಶಗಳು ಶುದ್ಧವಾಗಿದ್ದಾಗ
ನಮ್ಮ ವಾದಗಳು ಸರಿದೂಗುವುದು
ನಮ್ಮ ಒಲವುಗಳು ನೇರವಾಗುವುದು

We are what our thoughts are

Thoughts cannot be completely controlled

But can definitely be filtered

ನಮ್ಮ ಆಲೋಚನೆಗಳಂತೆ

ನಮ್ಮ ವ್ಯಕ್ತಿತ್ವವು

ಆಲೋಚನೆಗಳ ನಿಯಂತ್ರಿಸಲು ಕಠಿಣ

ಅವುಗಳನ್ನು ಸೋಸುವುದು ಆಗಬೇಕು

ನಮ್ಮ ಪಠಣ

Divinity is a component of internal

STABILITY

Which gets reflected in our external

PERSONALITY

ಆಂತರಿಕ ಸ್ಥಿರತೆ ನೀಡುವುದು ದೈವತ್ವದ

ಶಕ್ತಿ

ನಮ್ಮನ್ನು ಮಾಡುವುದು ಸಹನೆ ಶೀಲಾ

ವ್ಯಕ್ತಿ

Knowledge should mould us into
Weighted Personality without it being
A Head weight functionality

ನಮ್ಮ ವ್ಯಕ್ತಿತ್ವಕ್ಕೆ ತೂಕ ನೀಡುವುದು ಜ್ಞಾನ
ನಮ್ಮ ತಲೆ ದೂಗುವ ಜ್ಞಾನ ಅಜ್ಞಾನ

Life is all about

BALANCING

Respect the growth by

SEQUENCING

ಜೀವನ ಭಾವನೆಗಳ

ಸಮತೋಲನ

ಗೌರವಿಸಿ ಬೆಳವಣಿಗೆಯ

ಅನುಕ್ರಮಣ

Humbleness yields slow rate of success

But definitely make us know the

ESSENCE OF SUCCESS

so as to retain and restore our

PRESENCE

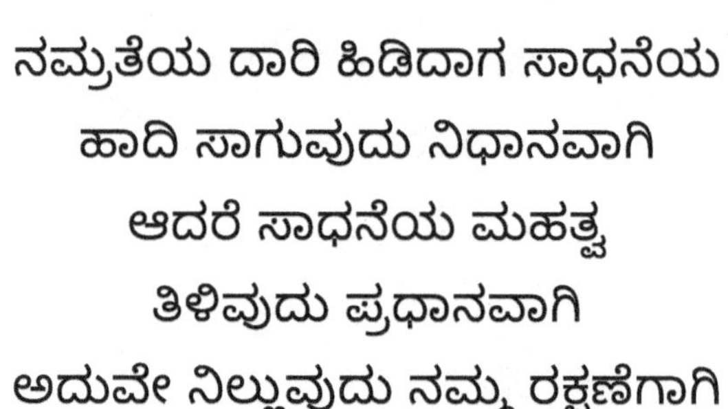

ನಮ್ರತೆಯ ದಾರಿ ಹಿಡಿದಾಗ ಸಾಧನೆಯ

ಹಾದಿ ಸಾಗುವುದು ನಿಧಾನವಾಗಿ

ಆದರೆ ಸಾಧನೆಯ ಮಹತ್ವ

ತಿಳಿವುದು ಪ್ರಧಾನವಾಗಿ

ಅದುವೇ ನಿಲ್ಲುವುದು ನಮ್ಮ ರಕ್ಷಣೆಗಾಗಿ

When time is judiciously spent
Our savings goes unspent
Profit and loss account gets
BALANCED

ಸಮಯವನ್ನು ವಿವೇಚನಾಶೀಲತೆಯಿಂದ
ಕಳೆದರೆ
ನಮ್ಮ ಆದಾಯ ವ್ಯಯಗಳ
ಸಮತೋಲನ ಕಾಣಬಹುದು

Planning is sequencing the actions, reactions and also inactions thereby consolidating to view the desired results and also to review them

The stages of planning detailed above are:

PLACEMENT - TASKS - OBJECTIVE - INFERENCE - ANALYSIS

POSSESSION

is an expression of owning something with a responsibility to protect it and a desire to care for it,

Also never forget the fact we need to deserve it to possess it

ಜವಾಬ್ದಾರಿಯುತ ಸಂರಕ್ಷಣೆ ಮತ್ತು
ಅಭಿಲಾಷಿತ ಪೋಷಣೆ
ಹೊಂದುವಿಕೆಯ ಸೂಕ್ಷ್ಮ ಲಕ್ಷಣಗಳು
ಅರ್ಹತೆ ಹೊಂದುವಿಕೆಯ
ಮೂಲ ಸುಲಕ್ಷಣ

RESPONSIBILITY

can be defined when we understand:

Who we are - Whom we are with -

How we have to be

ನಾನು ಯಾರು - ನನ್ನ ಒಡನಾಟ

ಯಾರೊಂದಿಗೆ -

ನನ್ನ ನೆಡೆ ಹೇಗಿರಬೇಕು

ಎಂಬ ಸಾಮಾನ್ಯ ತಿಳುವಳಿಕೆ

ಜವಾಬ್ದಾರಿ ಎಂಬ ಭಾವದ ಮೂಲ

GRATITUDE

is always the reason for the

ALTITUDE

we grow

Altitude is the result of our

ATTITUDE

Gratitude - Altitude - Attitude

Magnitude of all the three should be levelled to be genuine to our actions and inactions

Promises are delivered

INITIALLY

Justice should be delivered

FINALLY

To know how genuine we are

ACTUALLY

ಭರವಸೆಗಳಿಂದ ಬೇರೂರಿ

ಭರವಸೆಗಳಿಗೆ ನ್ಯಾಯ ಒದಗಿಸುವ

ಜವಾಬ್ದಾರಿ

ನಮ್ಮ ನೈಜ ಗುಣಲಕ್ಷಣದ ಅನುಸಾರಿ

SELF REALIZATION

gives better understanding for oneself
about himself/herself

ನಮ್ಮ ಬಗ್ಗೆ ನಮ್ಮ ಅರ್ಥೈಸುವಿಕೆ
ಧೃಡಗೊಳ್ಳಲು ಆತ್ಮಾವಲೋಕನದ
ಹಾದಿಯೇ ಬುನಾದಿ

Negating the

greed

Prioritizing our

needs

Organizing our

needs

Enable us to stay

FOCUSSED

ನಮ್ಮ ಅವಶ್ಯಕತೆಗಳಿಗೆ ಆದ್ಯತೆಯ ನೀಡಿ
ನಮ್ಮ ಕಾರ್ಯಗಳನ್ನು ಶ್ರೇಣೀಕರಿಸಿ
ಮನದ ಚಂಚಲತೆಯನ್ನು ತಿರಸ್ಕರಿಸಿದಾಗ
ನಮ್ಮ ಆಲೋಚನೆಗಳು
ಕೇಂದ್ರೀಕರಿಸುತ್ತವೆ

Organizing is an act of synchronizing the
flow of thoughts with that
of actions and inactions

A LEADER

keeps himself organized
than keeping himself busy

ಕ್ರಮಗಳ ಹಾಗೂ ನಿಷ್ಕ್ರಿಯೆಗಳ
ಸಮಯೋಚಿತ ಘಟಿಸುವಿಕೆಯೇ
ಸಂಘಟನೆ
ಸಂಘಟಿತ ಆಲೋಚನೆ ನಾಯಕತ್ವದ
ಪೂರಕ ಗುಣ

If the intentions behind our actions is right
and straight we proceed
for open justification
If the intentions are camouflaged we step in
for psychological sabotage
LEADERS
justify as they value their conduct

ನಮ್ಮ ಉದ್ದೇಶಗಳು ನೇರವಾಗಿದ್ದಾಗ
ನೇರ ಸಮರ್ಥನೆ ನಮ್ಮ ಹಾದಿ
ನಮ್ಮ ಉದ್ದೇಶಗಳು ಬೇರೆಯೇ ಇದ್ದಾಗ
ಮನಸ್ಥಿತಿಯ ಕೊಲ್ಲುವಿಕೆ ನಮ್ಮ
ಹಾದಿಯಾಗಿರುತ್ತದೆ
ನೇರ ಸಮರ್ಥನೆ ನಾಯಕತ್ವದ
ಗುಣವಾಗಿರುತ್ತದೆ

Life is not about how it is

It is all about

how we see and how we take

ಜೀವನದಲ್ಲಿ ಬದುಕು ಹೇಗಿದೆ ಅನ್ನುವ
ಪ್ರಶ್ನೆಗೆ ಮಿಗಿಲಾಗಿ
ನಾವು ಬದುಕನ್ನು ನೋಡುವ ದೃಷ್ಟಿ
ಹಾಗೂ ನಾವು ಬದುಕನ್ನು ಕಟ್ಟಿಕೊಳ್ಳುವ
ಬಗೆ ಮುಖ್ಯವಾಗಿರುತ್ತದೆ

When our focus is towards growth
It's an auto generated reply for
people who undermine our
CAPABILITIES

ನಮ್ಮ ಬೆಳವಣಿಗೆಯೇ
ನಮ್ಮ ಹಿತ ಶತ್ರುಗಳಿಗೆ ಪರಿಪೂರ್ಣವಾದ
ಉತ್ತರ ಹಾಗೂ ಪ್ರತ್ಯುತ್ತರ

KNOWLEDGE

evolves as we grow

INTELLIGENCE

revolves around what we are

ಜ್ಞಾನದ ವಿಕಾಸನ ನಮ್ಮ
ಬೆಳವಣಿಗೆಗೆ ಪೂರಕ
ಬುದ್ಧಿವಂತಿಕೆ ನಮ್ಮ
ಆಲೋಚನೆಗಳ ಸ್ಮಾರಕ

Journey of success Involves

SACRIFICES

But not compromises

ಸಾಧನೆಯ ಹಾದಿ ತ್ಯಾಗಗಳಿಂದ
ಕೂಡಿರುತ್ತದೆ
ಸಂಧಾನಗಳಿಂದವಲ್ಲ

Care and affection

are the twins of two parents

LOVE & TRUST

ಕಾಳಜಿ ಹಾಗೂ ವಾತ್ಸಲ್ಯ

ಪ್ರೀತಿ ಹಾಗೂ ನಂಬಿಕೆ ಎಂಬ ಪೋಷಕರ

ಅವಳಿ ಜವಳಿ ಮಕ್ಕಳು

FAITH AND PATIENCE

are the two pillars supporting the roof of kindness and humbleness to make the solid structure of **life stronger and stable**

ನಂಬಿಕೆ ಹಾಗೂ ತಾಳ್ಮೆ ಎಂಬ ಸ್ತಂಭಗಳು ಸಹನೆ ಹಾಗೂ ವಿನಯ ಎಂಬ ಮಾಳಿಗೆಯ ಭಾರವನ್ನು ಹೊರುತ್ತಾ ಜೀವನ ಎಂಬ ಕಟ್ಟಡವನ್ನು ಭದ್ರಾಗೊಳಿಸುತ್ತವೆ

THOUGHTS

are instantaneous

FEELINGS

are spontaneous

EMOTIONS

are scrupulous

ಆಲೋಚನೆಗಳು ಕ್ಷಣಿಕ

ಅನಿಸಿಕೆಗಳು ಸ್ವಾಭಾವಿಕ

ಭಾವನೆಗಳು ಸಮಯೋಚಿಕ

Codified social conduct

= **VALUES**

Sequenced individual conduct

= **PRINCIPLES**

ಕ್ರೂಢೀಕರಿಸಿದ ಸಾಮಾಜಿಕ ನಡತೆ

= **ಮಾನವೀಯ ಮೌಲ್ಯ**

ಸಾಂದರ್ಭಿಕ ವೈಯಕ್ತಿಕ ನಡತೆ

= **ಮಾನವೀಯ ತತ್ವ**

Every coin has two faces
Face which is facing us and a
face that is facing away from us
When both sides carry the same
carriage value
There lies the truthful character
of the coin

What we speak should always be
supported by our true feelings
which makes us genuine

EXPERIMENTS

are done in laboratory

EXPERIENCES

are gained by field realities

and factual of life

ಪ್ರಯೋಗಗಳು ಪ್ರಯೋಗಾಲಯಗಳಲ್ಲಿ

ಜರುಗುವವು

ವಾಸ್ತವಿಕತೆಯನ್ನು ಹಿಂಬಾಲಿಸಿದಾಗ

ಅನುಭವಗಳು ದೊರಕುವವು

EXPRESSION

is a medium of communication

To grab the attention so as to

eliminate the

PRESUMPTIONS

ಅಭಿವ್ಯಕ್ತಿ ಸಂವಹನದ ಶಕ್ತಿ

ಗಮನ ಸೆಳೆದು ಊಹಾ-ಪೋಹಗಳಿಗೆ

ತೋರುವುದು ಮುಕ್ತಿ

DIVINITY

Is a force that cannot measured

But can only be treasured

ದೈವತ್ವದ ಶಕ್ತಿಯ ಅಳತೆ ಕಾಣದು

ಅದರ ಸಂರಕ್ಷಣೆಗೆ ನಮ್ಮ ಪಣವ್ರೂ

FAITH

is the fuel

That runs the vehicle of

PATIENCE

ತಾಳ್ಮೆಯೆಂಬ ವಾಹನ ನಡೆಸಲು

ನಂಬಿಕೆ ಎಂಬ ಇಂಧನ ಅತ್ಯಗತ್ಯ

POWER

is the temper of knowledge

COURAGE

gives the required mileage

ಅಸ್ತಿತ್ವ ಉಳಿಸಿಕೊಳ್ಳಲು ಬೇಕು ಜ್ಞಾನ
ಧೈರ್ಯ ಅದರ ಪರಿಜ್ಞಾನ

Yield of intelligence is

RAPID

Yield of emotions and feelings is

SOLID

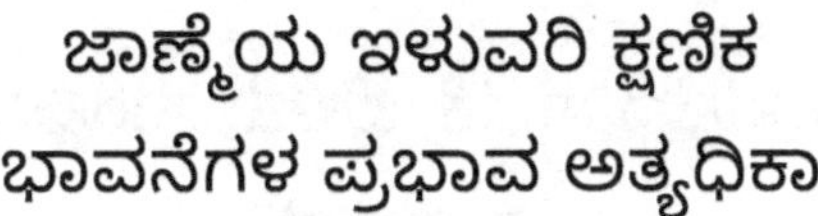

ಜಾಣ್ಮೆಯ ಇಳುವರಿ ಕ್ಷಣಿಕ
ಭಾವನೆಗಳ ಪ್ರಭಾವ ಅತ್ಯಧಿಕಾ

Divine force lights up the
path of our life
Parental blessings gives
us a moral backing
Magnanimous heart makes
the journey
SOLID AND SECURED

ಜೀವನದ ಪಥಕ್ಕೆ ಬೆಳಕು ತುಂಬಿತು
ಧೈವತ್ವದ ಶಕ್ತಿ
ಬದುಕಿನ ಪಯಣಕ್ಕೆ ಪ್ರೋಷಕರ
ನೈತಿಕತೆಯ ಭಕ್ತಿ
ಉದಾತ್ತ ಮನಸ್ಸಿನ ಭಾವನೆ ಪಯಣದ
ಪಥಕ್ಕೆ ಭದ್ರತೆಯ ಭುಕ್ತಿ

Life is a pack of cards
Few cards play the
role of king, queen and
many more labels
But all the cards go back
to the same pack after
THE GAME OF LIFE

Growth should always be

CONSISTENT

Consistency requires

SUBSISTENCE

ಬೆಳವಣಿಗೆ ಸ್ಥಿರತೆ ಕಾಣಲು ಬೇಕು
ಜೀವನಾಧಾರದ ಬಲ ಹಾಗೂ ಛಲ

Actions should always rest on consolidation of **thoughts, feelings** and **emotions** which are the pillars of **LIFE'S FOUNDATION**

ನಾವು ಕೈಗೊಳ್ಳುವ ಕ್ರಿಯೆ ಯೋಚನೆಗಳ, ಭಾವನೆಗಳ ಹಾಗೂ ಉದ್ದೇಶಗಳ ತಳಪಾಯ ಹೊಂದಿರಬೇಕು

What we have earned till date
Is only due to,
We have **shared** what we
have and **foregone**
which is not required

ಇಂದಿನ ನಮ್ಮ ಗಳಿಕೆಗೆ ಕಾರಣ
ನಮ್ಮಲ್ಲಿರುವುದನ್ನು ಹಂಚಿಕೊಂಡಿದ್ದೇವೆ
ನಮಗೆ ಸೂಕ್ತವಲ್ಲದನ್ನು ತ್ಯಜಿಸಿದ್ದೇವೆ

What we have earned till date
Is only due to,
We have **shared** what we
have and **foregone**
which is not required

ಇಂದಿನ ನಮ್ಮ ಗಳಿಕೆಗೆ ಕಾರಣ
ನಮ್ಮಲ್ಲಿರುವುದನ್ನು ಹಂಚಿಕೊಂಡಿದ್ದೇವೆ
ನಮಗೆ ಸೂಕ್ತವಲ್ಲದನ್ನು ತ್ಯಜಿಸಿದ್ದೇವೆ

Truth makes us

PRAGMATIC

Lie leads to

CRITIC

ಸತ್ಯದ ಪಾಲನೆ ಸುಖದ ಲಾಲನೆ
ಮಿತ್ಯದ ಪ್ರತಿಪಾದನೆ ದುಃಖದ ಜೋಡಣೆ

What We utter should be

SUBSTANTIATED

To get a mileage that is

APPRECIATED

ನುಡಿದ ಮಾತುಗಳು

ಗಣನೀಯವಾಗಿರಬೇಕು

ಅದರ ಭಾವ ತೂಕಹೊಂದಿರಬೇಕು

Decisions should be based on the

CONSEQUENCES

of the efforts poured in

ನಿರ್ಧಾರಗಳು ಪರಿಶ್ರಮದ

ಪರಿಣಾಮಗಳ ಚೌಕಟ್ಟಿನಲ್ಲಿರಬೇಕು

Hard work should never be a

BURDEN

Because growth can never be

SUDDEN

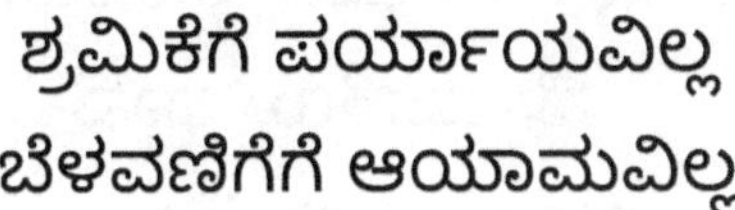

ಶ್ರಮಿಕೆಗೆ ಪರ್ಯಾಯವಿಲ್ಲ

ಬೆಳವಣಿಗೆಗೆ ಆಯಾಮವಿಲ್ಲ

FEEL OF SUCCESS

should never acquire our mind,

it has to

nurture our minds

ಸಾಧನೆ ಘೋಷಣೆಯ ಭಾವಕ್ಕಿಂತ

ಪೋಷಣೆಯ ಭಾವ

ಹೊಂದಿರುವುದು ಸೂಕ್ತ

PURPOSE OF LIFE

is To Lead a

LIFE WITH PURPOSE

ಜೀವನದ ಉದ್ದೇಶ

ಉದ್ದೇಶಿತ ಬದುಕಿನ ಸಂದೇಶ

Tolerance is a bi-product of

PATIENCE

Never ever undermine its

ESSENCE

ಸಹಿಸುವಿಕೆ ತಾಳ್ಮೆಯ ಉಪ ಉತ್ಪನ್ನ

ಅದಕ್ಕೆ ತರಬಾರದು ಎಂದು ಭಗ್ನ

We all have a question

What next?

I always answer myself

What first?

ನಮ್ಮೆಲ್ಲರಲ್ಲೂ ಇರುವ ಪ್ರಶ್ನೆ

ಮುಂದೇನು?

ನಾನು ಉತ್ತರಿಸುವ ಮೊದಲ ಪ್ರಶ್ನೆ

ಮೊದಲೇನು?

Expecting people to stay
with us is
ODD
Accepting the distance
with people make us
EVEN

ಸದಾ ನಮ್ಮ ಜೊತೆ ಇರಲು
ಬಯಸಿದರೆ ದುಗುಡತೆ
ಕಾಣಿಸುತ್ತದೆ
ಅಂತರವಿಟ್ಟು ಜೊತೆ ನಿಂತರೆ ಅದುವೇ
ಪ್ರಭುದ್ದತೆ

OPPORTUNITIES

cannot be created

They can only be

harnessed when caught

ಅವಕಾಶಗಳನ್ನು ಸೃಷ್ಟಿಸಲು ಅಸಾಧ್ಯ

ಸಿಕ್ಕ ಅವಕಾಶಗಳ ಭದ್ರಗೊಳಿಸುವುದು

ನಮ್ಮ ಆದ್ಯ

When you feel people with you are
valuing your **time** more than you
Its like they are valuing
you more than their time

ನೀವು ಬೇರೆಯವರ ಜೀವನದಲ್ಲಿ ಅವರ
ಸಮಯಕ್ಕಿಂತ ಹೆಚ್ಚು ಪ್ರಾಮುಖ್ಯತೆ
ಹೊಂದಿದ್ದರೆ
ನೀವು ಅವರ ಜೀವನದಲ್ಲಿ ಅವರ
ಸಮಯಕ್ಕಿಂತ ಹೆಚ್ಚು ಪ್ರಾಮುಖ್ಯತೆ
ಹೊಂದಿದ್ದೀರೆಂದು ಮರೆಯಬೇಡಿ

When we are not

WE

We can never be what

WE WANT TO BE

ನಾವು ನಾವಾಗಿಲ್ಲವೆಂದರೆ

ನಮ್ಮನ್ನು ನಾವು ಹುಡುಕಿಕೊಳ್ಳಲು

ಅಸಾಧ್ಯ

When you share knowledge

Knowledge gets

MATURED

When you store knowledge

Knowledge gets

PERISHED

ಜ್ಞಾನವನ್ನು ಹಂಚಿದಾಗ

ಜ್ಞಾನದ ಆಳ ಹೆಚ್ಚುತ್ತದೆ

ಜ್ಞಾನವನ್ನು ಕೂಡಿಟ್ಟಿಕೊಂಡಾಗ

ಜ್ಞಾನದ ಅಸ್ತಿತ್ವ ಸಡಿಲಗೊಳ್ಳುತ್ತದೆ

CRITICS

make us strong

So that decisions

doesn't go wrong

ಟೀಕೆಗಳು ನಮಗೆ ಬಲ ನೀಡುವುದು

ನಮ್ಮ ನಿರ್ಧಾರಗಳು ಭದ್ರಗೊಳ್ಳುವುದು

Journey of success Involves

SACRIFICES

But not compromises

ಸಾಧನೆಯ ಹಾದಿ ತ್ಯಾಗಗಳಿಂದ
ಕೂಡಿರುತ್ತದೆ
ಸಂಧಾನಗಳಿಂದಲ್ಲ

DIGNITY

is the measure of balancing
the odds of life

ಬದುಕಿನ ಏಳು ಬೀಳಿನ
ಸಮತೋಲನದ ಅಳತೆ
ಅದುವೇ ಘನತೆ

Words we utter should be

WEIGHTED

Which showcase the thoughts

CULTIVATED

ಪದಗಳ ಉಚ್ಚಾರಣೆ ತೂಕ
ಹೊಂದಿರಬೇಕು
ಉಚ್ಚರಿಸಿದ ಪದಗಳು ನಮ್ಮ
ಮನದಾಳದ ಆಲೋಚನೆಗಳ
ಬಿಂಬವಾಗಿರಬೇಕು

KNOWLEDGE

teaches how to lead a life

EXPERIENCES

alert us what to weed out from life

ಜ್ಞಾನ ತಿಳಿಸುವುದು ಜೀವನ ಶೈಲಿ

ಜೀವನದಲ್ಲಿ ದೂರವಿಡುವ ಅಂಶಗಳನ್ನು

ಅನುಭವ ಕಳಿಸುವುದು

FRIENDSHIP

is a ship that doesn't sink

Wind of

CARE AND AFFECTION

makes it to sail through the hardship

ಸ್ನೇಹ ಎಂಬ ಹಡಗು ಮುಳುಗದು ಎಂದೂ

ವಿಶ್ವಾಸ ಎಂಬ ಗಾಳಿಯು ಸ್ನೇಹದ ಹಡಗನ್ನು

ದಬ್ಬುವುದು ಮುಂದು

POWER

without discretion

Is like a flower without

FRAGRANCE

ವಿವೇಚನೆಗೆ ದಕ್ಕದ ಅಧಿಕಾರ

ಪರಿಮಳವಿಲ್ಲದ ಹೂವಿನಂತೆ

CREATIVITY

is a way to nourish the skillset

POSITIVITY

flourishes the mindset

ಸೃಜನಶೀಲತೆ ಕೌಶಲ್ಯದ ರಾಯಭಾರಿ
ಸಕಾರಾತ್ಮಕ ಚಿಂತನೆ ಮನಸಿಗೆ ಹಿತಕಾರಿ

I have had my invitation to this

world festival

Thus my life has been blessed

My part in this fest is to play upon

my instrument

I have done all that i could

ದೇವನ ಜಾತ್ರೆ ಈ ಜಗತ್ತು

ನನ್ನ ಹುಟ್ಟು ದೇವನ ಉತ್ಸವಕ್ಕೆ ದೇವರು

ನನಗೆ ಕೊಟ್ಟ ಆಮಂತ್ರಣ

ಈ ಜಗದ ಜಾತ್ರೆಗೆ ನಾವು

ಕಲೆಗಾರರಾಗಿ ಬಂದಿದ್ದೇವೆ

ನನ್ನ ಕಲೆಗೆ ಬೆಲೆ ತರಲು ಈ ಜಗದ

ಜಾತ್ರೆಯಲ್ಲಿ ನನ್ನ ಪ್ರಯತ್ನ

Lines by: Rabindranath Tagore

Inference by: Sagar Jaiprakash

Stay tuned with

ABHIRAKSH ANVESHAN - Serve to Deserve

and support our objectives with your humble prayers

REVISIT YOUR "SELF"

RETHINK TO THINK WISE

Written by

SAGAR JAIPRAKASH

REVISIT YOUR "SELF"

RETHINK TO THINK WISE

Author's Note

Practice Before you Preach is what I always look up to. Every word we utter gets authentication only when it is witnessed in actions before we utter.

Im working as an Academician _@ Vivechana The Life School_ which is being Promoted by - **Abhiraksh Anveshan** - *A Social Enterprise*

I'm associated with various innovative projects in Education, Health and Skill Training sectors. I lead a team of young professionals (Creative Quads) who work investing their skills towards their passion thereby earning their livelihood with Satisfaction within themselves.

Working with innovative minds aligns my interest and focus at every bent of life. Learnings which I acquire in day to day activities of mine has been compiled together as
Revisit YOUR SELF - Rethink To Think Wise.

www.ingramcontent.com/pod-product-compliance
Lightning Source LLC
LaVergne TN
LVHW090050160826
845672LV00015B/1624

9798892771726